TRANZLATY

El idioma es para todos

Ngôn ngữ dành cho tất cả mọi người

La Bella y la Bestia

Người đẹp và quái vật

Gabrielle-Suzanne Barbot de Villeneuve

Español / Tiếng Việt

Copyright © 2025 Tranzlaty
All rights reserved
Published by Tranzlaty
ISBN: 978-1-80572-098-0
Original text by Gabrielle-Suzanne Barbot de Villeneuve
La Belle et la Bête
First published in French in 1740
Taken from The Blue Fairy Book (Andrew Lang)
Illustration by Walter Crane
www.tranzlaty.com

Había una vez un rico comerciante
Ngày xưa có một thương gia giàu có
Este rico comerciante tuvo seis hijos.
Người thương gia giàu có này có sáu người con
Tenía tres hijos y tres hijas.
ông có ba người con trai và ba người con gái
No escatimó en gastos para su educación
ông không tiếc chi phí cho việc giáo dục của họ
Porque era un hombre sensato
bởi vì anh ấy là một người đàn ông có ý thức
pero dio a sus hijos muchos siervos
nhưng ông đã cho con cái mình nhiều người hầu
Sus hijas eran extremadamente bonitas
các con gái của ông ấy cực kỳ xinh đẹp
Y su hija menor era especialmente bonita.
và cô con gái út của ông đặc biệt xinh đẹp
Desde niña ya admiraban su belleza
khi còn nhỏ vẻ đẹp của cô đã được ngưỡng mộ
y la gente la llamaba por su belleza
và mọi người gọi cô ấy bằng vẻ đẹp của cô ấy
Su belleza no se desvaneció a medida que envejecía.
vẻ đẹp của cô ấy không hề phai nhạt khi cô ấy già đi
Así que la gente seguía llamándola por su belleza.
vì vậy mọi người vẫn gọi cô ấy bằng vẻ đẹp của cô ấy
Esto puso muy celosas a sus hermanas.
điều này làm cho chị em cô ấy rất ghen tị
Las dos hijas mayores tenían mucho orgullo.
hai cô con gái lớn có lòng tự hào rất lớn
Su riqueza era la fuente de su orgullo.
sự giàu có của họ là nguồn gốc của lòng tự hào của họ
y tampoco ocultaron su orgullo
và họ cũng không che giấu lòng tự hào của mình
No visitaron a las hijas de otros comerciantes.
họ không đến thăm con gái của những thương gia khác
Porque sólo se encuentran con la aristocracia.
bởi vì họ chỉ gặp gỡ với tầng lớp quý tộc

Salían todos los días a fiestas.
họ đi dự tiệc mỗi ngày
bailes, obras de teatro, conciertos, etc.
bóng, vở kịch, buổi hòa nhạc, v.v.
y se rieron de su hermana menor
và họ cười nhạo cô em gái út của họ
Porque pasaba la mayor parte del tiempo leyendo
bởi vì cô ấy dành phần lớn thời gian để đọc
Era bien sabido que eran ricos
người ta đều biết rằng họ giàu có
Así que varios comerciantes eminentes pidieron su mano.
vì vậy một số thương gia nổi tiếng đã yêu cầu giúp đỡ họ
pero dijeron que no se iban a casar
nhưng họ nói rằng họ sẽ không kết hôn
Pero estaban dispuestos a hacer algunas excepciones.
nhưng họ đã chuẩn bị để đưa ra một số ngoại lệ
"Quizás podría casarme con un duque"
"có lẽ tôi có thể kết hôn với một Công tước"
"Supongo que podría casarme con un conde"
"Tôi đoán tôi có thể kết hôn với một Bá tước"
Bella agradeció muy civilizadamente a quienes le propusieron matrimonio.
người đẹp rất lịch sự cảm ơn những người đã cầu hôn cô ấy
Ella les dijo que todavía era demasiado joven para casarse.
cô ấy nói với họ rằng cô ấy vẫn còn quá trẻ để kết hôn
Ella quería quedarse unos años más con su padre.
cô ấy muốn ở lại thêm vài năm với cha cô ấy
De repente el comerciante perdió su fortuna.
Đột nhiên người thương gia mất hết tài sản
Lo perdió todo excepto una pequeña casa de campo.
anh ấy đã mất tất cả mọi thứ ngoại trừ một ngôi nhà nhỏ ở nông thôn
Y con lágrimas en los ojos les dijo a sus hijos:
và ông nói với các con mình trong nước mắt:
"Tenemos que ir al campo"
"chúng ta phải đi về vùng nông thôn"

"y debemos trabajar para vivir"
"và chúng ta phải làm việc để kiếm sống"
Las dos hijas mayores no querían abandonar el pueblo.
hai cô con gái lớn không muốn rời khỏi thị trấn
Tenían varios amantes en la ciudad.
họ có nhiều người tình trong thành phố
y estaban seguros de que uno de sus amantes se casaría con ellos
và họ chắc chắn rằng một trong những người tình của họ sẽ cưới họ
Pensaban que sus amantes se casarían con ellos incluso sin fortuna.
họ nghĩ rằng người yêu của họ sẽ cưới họ ngay cả khi không có tài sản
Pero las buenas damas estaban equivocadas.
nhưng những người phụ nữ tốt đã nhầm lẫn
Sus amantes los abandonaron muy rápidamente
người tình của họ đã bỏ rơi họ rất nhanh chóng
porque ya no tenían fortuna
bởi vì họ không còn tài sản nữa
Esto demostró que en realidad no eran muy queridos.
điều này cho thấy họ thực sự không được yêu thích
Todos dijeron que no merecían compasión.
mọi người đều nói rằng họ không xứng đáng được thương hại
"Nos alegra ver su orgullo humillado"
"Chúng tôi rất vui khi thấy lòng kiêu hãnh của họ được hạ thấp"
"Que se sientan orgullosos de ordeñar vacas"
"hãy để họ tự hào vì được vắt sữa bò"
Pero estaban preocupados por Bella.
nhưng họ quan tâm đến vẻ đẹp
Ella era una criatura tan dulce
cô ấy là một sinh vật thật ngọt ngào
Ella hablaba tan amablemente a la gente pobre.
cô ấy nói chuyện rất tử tế với những người nghèo
Y ella era de una naturaleza tan inocente.

và cô ấy có bản chất ngây thơ như vậy
Varios caballeros se habrían casado con ella.
Một số quý ông đã muốn cưới cô ấy
Se habrían casado con ella aunque fuera pobre
họ sẽ cưới cô ấy mặc dù cô ấy nghèo
pero ella les dijo que no podía casarlos
nhưng cô ấy nói với họ rằng cô ấy không thể kết hôn với họ
porque ella no dejaría a su padre
bởi vì cô ấy không muốn rời xa cha mình
Ella estaba decidida a ir con él al campo.
cô ấy quyết định đi cùng anh ấy đến vùng nông thôn
para que ella pudiera consolarlo y ayudarlo
để cô ấy có thể an ủi và giúp đỡ anh ấy
La pobre belleza estaba muy triste al principio.
Người đẹp tội nghiệp lúc đầu rất buồn rầu
Ella estaba afligida por la pérdida de su fortuna.
cô ấy đau buồn vì mất đi tài sản của mình
"Pero llorar no cambiará mi suerte"
"nhưng khóc lóc sẽ không thay đổi được vận mệnh của tôi"
"Debo intentar ser feliz sin riquezas"
"Tôi phải cố gắng làm cho mình hạnh phúc mà không cần giàu có"
Llegaron a su casa de campo
họ đã đến ngôi nhà ở quê của họ
y el comerciante y sus tres hijos se dedicaron a la agricultura
và người thương gia cùng ba người con trai của ông đã tận tụy với nghề nông
Bella se levantó a las cuatro de la mañana.
vẻ đẹp đã nở vào lúc bốn giờ sáng
y se apresuró a limpiar la casa
và cô ấy vội vã dọn dẹp nhà cửa
y se aseguró de que la cena estuviera lista
và cô ấy đảm bảo bữa tối đã sẵn sàng
Al principio encontró su nueva vida muy difícil.
lúc đầu cô ấy thấy cuộc sống mới của mình rất khó khăn
porque no estaba acostumbrada a ese tipo de trabajo

vì cô ấy chưa quen với công việc như vậy
Pero en menos de dos meses se hizo más fuerte.
nhưng trong vòng chưa đầy hai tháng cô ấy đã trở nên mạnh mẽ hơn
Y ella estaba más sana que nunca.
và cô ấy khỏe mạnh hơn bao giờ hết
Después de haber hecho su trabajo, leyó
sau khi cô ấy đã làm xong công việc của mình, cô ấy đã đọc
Ella tocaba el clavicémbalo
cô ấy chơi đàn harpsichord
o cantaba mientras hilaba seda
hoặc cô ấy hát trong khi cô ấy kéo tơ
Por el contrario, sus dos hermanas no sabían cómo pasar el tiempo.
ngược lại, hai chị gái của cô ấy không biết cách sử dụng thời gian của họ
Se levantaron a las diez y no hicieron nada más que holgazanear todo el día.
họ thức dậy lúc mười giờ và chẳng làm gì ngoài việc lười biếng cả ngày
Lamentaron la pérdida de sus hermosas ropas.
họ than thở về việc mất đi những bộ quần áo đẹp của họ
y se quejaron de perder a sus conocidos
và họ phàn nàn về việc mất đi những người quen của họ
"Mirad a nuestra hermana menor", se dijeron.
"Hãy nhìn em gái út của chúng ta này," họ nói với nhau
"¡Qué criatura tan pobre y estúpida es!"
"cô ấy thật là một sinh vật tội nghiệp và ngu ngốc"
"Es mezquino contentarse con tan poco"
"thật là tệ khi bằng lòng với quá ít"
El amable comerciante tenía una opinión muy diferente.
người thương gia tốt bụng có quan điểm hoàn toàn khác
Él sabía muy bien que Bella eclipsaba a sus hermanas.
anh ấy biết rất rõ rằng vẻ đẹp của cô ấy lấn át chị em cô ấy
Ella los eclipsó tanto en carácter como en mente.
cô ấy vượt trội hơn họ về cả tính cách lẫn trí tuệ

Él admiraba su humildad y su arduo trabajo.
anh ấy ngưỡng mộ sự khiêm tốn và sự chăm chỉ của cô ấy
Pero sobre todo admiraba su paciencia.
nhưng trên hết anh ấy ngưỡng mộ sự kiên nhẫn của cô ấy
Sus hermanas le dejaron todo el trabajo por hacer.
chị em của cô ấy để lại cho cô ấy tất cả công việc để làm
y la insultaban a cada momento
và họ đã xúc phạm cô ấy mọi lúc
La familia había vivido así durante aproximadamente un año.
Gia đình đã sống như thế này trong khoảng một năm
Entonces el comerciante recibió una carta de un contable.
sau đó người buôn bán nhận được một lá thư từ một kế toán
Tenía una inversión en un barco.
anh ấy đã đầu tư vào một con tàu
y el barco había llegado sano y salvo
và con tàu đã đến nơi an toàn
Esta noticia hizo que las dos hijas mayores se volvieran locas.
này làm cho hai cô con gái lớn phải ngoái đầu lại
Inmediatamente tuvieron esperanzas de regresar a la ciudad.
họ ngay lập tức có hy vọng trở về thị trấn
Porque estaban bastante cansados de la vida en el campo.
bởi vì họ khá mệt mỏi với cuộc sống ở nông thôn
Fueron a ver a su padre cuando él se iba.
họ đã đến gặp cha của họ khi ông ấy đang rời đi
Le rogaron que les comprara ropa nueva
họ cầu xin anh ấy mua cho họ quần áo mới
Vestidos, cintas y todo tipo de cositas.
váy, ruy băng và đủ thứ đồ nhỏ
Pero Bella no pedía nada.
nhưng vẻ đẹp không đòi hỏi gì cả
Porque pensó que el dinero no sería suficiente.
vì cô ấy nghĩ số tiền đó sẽ không đủ
No habría suficiente para comprar todo lo que sus hermanas querían.

sẽ không đủ để mua mọi thứ mà chị em cô ấy muốn
- ¿Qué te gustaría, Bella? -preguntó su padre.
"Con muốn gì, người đẹp?" cha cô hỏi.
"Gracias, padre, por la bondad de pensar en mí", dijo.
"Cảm ơn cha đã tốt bụng nghĩ đến con", cô nói
"Padre, ten la amabilidad de traerme una rosa"
"Cha ơi, xin hãy tử tế mang cho con một bông hồng"
"Porque aquí en el jardín no crecen rosas"
"vì không có hoa hồng nào mọc ở đây trong vườn"
"y las rosas son una especie de rareza"
"và hoa hồng là một loại hiếm có"
A Bella realmente no le importaban las rosas
Người đẹp thực sự không quan tâm đến hoa hồng
Ella solo pidió algo para no condenar a sus hermanas.
cô ấy chỉ yêu cầu một điều là không lên án chị em mình
Pero sus hermanas pensaron que ella pidió rosas por otros motivos.
nhưng chị em cô ấy nghĩ rằng cô ấy xin hoa hồng vì lý do khác
"Lo hizo sólo para parecer especial"
"cô ấy làm vậy chỉ để trông đặc biệt thôi"
El hombre amable continuó su viaje.
Người đàn ông tốt bụng đã tiếp tục cuộc hành trình của mình
pero cuando llego discutieron sobre la mercancia
nhưng khi anh ấy đến họ đã tranh cãi về hàng hóa
Y después de muchos problemas volvió tan pobre como antes.
và sau nhiều rắc rối anh ta trở lại nghèo như trước
Estaba a un par de horas de su propia casa.
anh ấy chỉ cách nhà mình vài giờ
y ya imaginaba la alegría de ver a sus hijos
và anh ấy đã tưởng tượng ra niềm vui khi nhìn thấy con mình
pero al pasar por el bosque se perdió
nhưng khi đi qua khu rừng anh ấy bị lạc
Llovió y nevó terriblemente
trời mưa và tuyết rơi rất khủng khiếp
El viento era tan fuerte que lo arrojó del caballo.

gió mạnh đến nỗi hất anh ta ngã khỏi ngựa
Y la noche se acercaba rápidamente
và đêm đang đến nhanh chóng
Empezó a pensar que podría morir de hambre.
anh ấy bắt đầu nghĩ rằng anh ấy có thể chết đói
y pensó que podría morir congelado
và anh ấy nghĩ rằng anh ấy có thể chết cóng
y pensó que los lobos podrían comérselo
và anh ấy nghĩ rằng sói có thể ăn thịt anh ấy
Los lobos que oía aullar a su alrededor
những con sói mà anh nghe thấy hú khắp xung quanh anh
Pero de repente vio una luz.
nhưng đột nhiên anh ấy nhìn thấy một ánh sáng
Vio la luz a lo lejos entre los árboles.
anh ấy nhìn thấy ánh sáng ở xa qua những cái cây
Cuando se acercó vio que la luz era un palacio.
khi anh ta đến gần hơn anh ta thấy ánh sáng là một cung điện
El palacio estaba iluminado de arriba a abajo.
cung điện được chiếu sáng từ trên xuống dưới
El comerciante agradeció a Dios por su suerte.
Người buôn bán cảm ơn Chúa vì sự may mắn của mình
y se apresuró a ir al palacio
và anh ta vội vã đến cung điện
Pero se sorprendió al no ver gente en el palacio.
nhưng anh ta ngạc nhiên khi thấy không có ai trong cung điện
El patio estaba completamente vacío.
sân hoàn toàn trống rỗng
y no había señales de vida en ninguna parte
và không có dấu hiệu của sự sống ở bất cứ đâu
Su caballo lo siguió hasta el palacio.
con ngựa của ông đi theo ông vào cung điện
y luego su caballo encontró un gran establo
và sau đó con ngựa của anh ta tìm thấy một chuồng ngựa lớn
El pobre animal estaba casi muerto de hambre.
con vật tội nghiệp gần như chết đói
Entonces su caballo fue a buscar heno y avena.

vì vậy con ngựa của anh ta đi vào để tìm cỏ khô và yến mạch
Afortunadamente encontró mucho para comer.
may mắn thay anh ấy đã tìm thấy đủ thứ để ăn
y el mercader ató su caballo al pesebre
và người thương gia buộc con ngựa của mình vào máng cỏ
Caminando hacia la casa no vio a nadie.
đi về phía ngôi nhà anh ta không thấy ai
Pero en un gran salón encontró un buen fuego.
nhưng trong một hội trường lớn anh ta tìm thấy một ngọn lửa tốt
y encontró una mesa puesta para uno
và anh ấy tìm thấy một cái bàn được sắp xếp cho một người
Estaba mojado por la lluvia y la nieve.
anh ấy bị ướt vì mưa và tuyết
Entonces se acercó al fuego para secarse.
vì vậy anh ấy đã đến gần lửa để hong khô mình
"Espero que el dueño de la casa me disculpe"
"Tôi hy vọng chủ nhà sẽ tha thứ cho tôi"
"Supongo que no tardará mucho en aparecer alguien"
"Tôi cho rằng sẽ không mất nhiều thời gian để có người xuất hiện"
Esperó un tiempo considerable
Anh ấy đã chờ đợi một thời gian đáng kể
Esperó hasta que dieron las once y todavía no venía nadie.
anh ấy đợi cho đến khi đồng hồ điểm mười một giờ mà vẫn không có ai đến
Al final tenía tanta hambre que no podía esperar más.
cuối cùng anh ấy đói quá nên không thể đợi được nữa
Tomó un poco de pollo y se lo comió en dos bocados.
anh ấy lấy một ít thịt gà và ăn hết trong hai miếng
Estaba temblando mientras comía la comida.
anh ấy run rẩy khi ăn thức ăn
Después de esto bebió unas copas de vino.
sau đó anh ấy uống vài ly rượu
Cada vez más valiente, salió del salón.
trở nên can đảm hơn, anh ta đi ra khỏi hội trường

y atravesó varios grandes salones
và anh ấy đã đi qua nhiều hội trường lớn
Caminó por el palacio hasta llegar a una cámara.
anh ta đi qua cung điện cho đến khi anh ta vào một căn phòng
Una habitación que tenía una cama muy buena.
một căn phòng có một chiếc giường cực kỳ tốt
Estaba muy fatigado por su terrible experiencia.
anh ấy rất mệt mỏi vì thử thách của mình
Y ya era pasada la medianoche
và lúc đó đã quá nửa đêm
Entonces decidió que era mejor cerrar la puerta.
vì vậy anh ấy quyết định tốt nhất là đóng cửa lại
y concluyó que debía irse a la cama
và anh ấy kết luận rằng anh ấy nên đi ngủ
Eran las diez de la mañana cuando el comerciante se despertó.
Lúc đó là mười giờ sáng khi người thương gia thức dậy
Justo cuando iba a levantarse vio algo
ngay khi anh ấy sắp đứng dậy, anh ấy nhìn thấy một thứ gì đó
Se sorprendió al ver un conjunto de ropa limpia.
anh ấy ngạc nhiên khi nhìn thấy một bộ quần áo sạch sẽ
En el lugar donde había dejado su ropa sucia.
ở nơi anh ta đã để lại quần áo bẩn của mình
"Seguramente este palacio pertenece a algún tipo de hada"
"chắc chắn cung điện này thuộc về một nàng tiên nào đó"
" Un hada que me ha visto y se ha compadecido de mí"
" một nàng tiên đã nhìn thấy và thương hại tôi"
Miró por una ventana
anh ấy nhìn qua cửa sổ
Pero en lugar de nieve vio el jardín más delicioso.
nhưng thay vì tuyết, anh nhìn thấy khu vườn đẹp nhất
Y en el jardín estaban las rosas más hermosas.
và trong vườn có những bông hồng đẹp nhất
Luego regresó al gran salón.
sau đó anh ta quay trở lại đại sảnh
El salón donde había tomado sopa la noche anterior.

căn phòng nơi anh ấy đã ăn súp vào đêm hôm trước
y encontró un poco de chocolate en una mesita
và anh ấy tìm thấy một ít sô-cô-la trên một chiếc bàn nhỏ
"Gracias, buena señora hada", dijo en voz alta.
"Cảm ơn bà Tiên tốt bụng," anh nói lớn.
"Gracias por ser tan cariñoso"
"Cảm ơn bạn đã quan tâm"
"Le estoy sumamente agradecido por todos sus favores"
"Tôi vô cùng biết ơn anh vì tất cả những ân huệ của anh"
El hombre amable bebió su chocolate.
người đàn ông tốt bụng đã uống sô cô la của mình
y luego fue a buscar su caballo
và sau đó anh ta đi tìm con ngựa của mình
Pero en el jardín recordó la petición de Bella.
nhưng trong vườn anh nhớ lại lời yêu cầu của người đẹp
y cortó una rama de rosas
và anh ấy cắt một nhánh hoa hồng
Inmediatamente oyó un gran ruido
Ngay lập tức anh ta nghe thấy một tiếng động lớn
y vio una bestia terriblemente espantosa
và anh ta nhìn thấy một con thú vô cùng đáng sợ
Estaba tan asustado que estaba a punto de desmayarse.
anh ấy sợ đến nỗi sắp ngất đi
-Eres muy desagradecido -le dijo la bestia.
"Ngươi thật là vô ơn," con thú nói với anh ta.
Y la bestia habló con voz terrible
và con thú nói bằng giọng khủng khiếp
"Te he salvado la vida al permitirte entrar en mi castillo"
"Ta đã cứu mạng ngươi bằng cách cho phép ngươi vào lâu đài của ta"
"¿Y a cambio me robas mis rosas?"
"và vì thế anh đánh cắp hoa hồng của tôi để đáp lại?"
"Las rosas que valoro más que nada"
"Những bông hồng mà tôi trân trọng hơn bất cứ thứ gì"
"Pero morirás por lo que has hecho"
"nhưng ngươi sẽ phải chết vì những gì ngươi đã làm"

"Sólo te doy un cuarto de hora para que te prepares"
"Tôi chỉ cho anh một phần tư giờ để chuẩn bị"
"Prepárate para la muerte y di tus oraciones"
"hãy chuẩn bị cho cái chết và cầu nguyện"
El comerciante cayó de rodillas
người buôn bán quỳ xuống
y alzó ambas manos
và anh ta giơ cả hai tay lên
"Mi señor, le ruego que me perdone"
"Thưa ngài, tôi cầu xin ngài hãy tha thứ cho tôi"
"No tuve intención de ofenderte"
"Tôi không có ý định xúc phạm anh"
"Recogí una rosa para una de mis hijas"
"Tôi hái một bông hồng tặng một trong những cô con gái của tôi"
"Ella me pidió que le trajera una rosa"
"Cô ấy nhờ tôi mang cho cô ấy một bông hồng"
-No soy tu señor, pero soy una bestia -respondió el monstruo.
"Ta không phải là chúa tể của ngươi, nhưng ta là một con thú", quái vật trả lời.
"No me gustan los cumplidos"
"Tôi không thích lời khen"
"Me gusta la gente que habla como piensa"
"Tôi thích những người nói như họ nghĩ"
"No creas que me puedo conmover con halagos"
"đừng tưởng tượng rằng tôi có thể bị lay động bởi lời nịnh hót"
"Pero dices que tienes hijas"
"Nhưng bạn nói bạn có con gái"
"Te perdonaré con una condición"
"Tôi sẽ tha thứ cho anh với một điều kiện"
"Una de tus hijas debe venir voluntariamente a mi palacio"
"một trong những cô con gái của ngươi phải tự nguyện đến cung điện của ta"
"y ella debe sufrir por ti"

"và cô ấy phải chịu đau khổ vì anh"
"Déjame tener tu palabra"
"Hãy để tôi nói lời của bạn"
"Y luego podrás continuar con tus asuntos"
"và sau đó bạn có thể tiếp tục công việc của mình"
"Prométeme esto:"
"Hứa với tôi điều này nhé:"
"Si tu hija se niega a morir por ti, deberás regresar dentro de tres meses"
"Nếu con gái của ngươi từ chối chết vì ngươi, ngươi phải trở về trong vòng ba tháng"
El comerciante no tenía intenciones de sacrificar a sus hijas.
người thương gia không có ý định hy sinh con gái của mình
Pero, como le habían dado tiempo, quiso volver a ver a sus hijas.
nhưng vì ông được cho thời gian nên ông muốn gặp lại các con gái mình một lần nữa
Así que prometió que volvería.
vì vậy anh ấy đã hứa sẽ quay lại
Y la bestia le dijo que podía partir cuando quisiera.
và con thú bảo anh ta rằng anh ta có thể lên đường khi anh ta muốn
y la bestia le dijo una cosa más
và con thú nói với anh ta thêm một điều nữa
"No te irás con las manos vacías"
"bạn sẽ không ra về tay không"
"Vuelve a la habitación donde yacías"
"trở về căn phòng nơi bạn nằm"
"Verás un gran cofre del tesoro vacío"
"bạn sẽ thấy một chiếc rương kho báu lớn trống rỗng"
"Llena el cofre del tesoro con lo que más te guste"
"lấp đầy rương kho báu bằng bất cứ thứ gì bạn thích nhất"
"y enviaré el cofre del tesoro a tu casa"
"và tôi sẽ gửi rương kho báu đến nhà bạn"
Y al mismo tiempo la bestia se retiró.
và cùng lúc đó con thú rút lui

"Bueno", se dijo el buen hombre.
"Được rồi," người đàn ông tốt bụng tự nhủ
"Si tengo que morir, al menos dejaré algo a mis hijos"
"Nếu tôi phải chết, ít nhất tôi cũng phải để lại thứ gì đó cho con cháu tôi"
Así que regresó al dormitorio.
vì vậy anh ấy đã trở lại phòng ngủ
y encontró una gran cantidad de piezas de oro
và anh ta đã tìm thấy rất nhiều vàng
Llenó el cofre del tesoro que la bestia había mencionado.
anh ta đã lấp đầy rương kho báu mà con thú đã nhắc đến
y sacó su caballo del establo
và anh ta dắt ngựa ra khỏi chuồng
La alegría que sintió al entrar al palacio ahora era igual al dolor que sintió al salir de él.
niềm vui mà anh cảm thấy khi bước vào cung điện giờ đây ngang bằng với nỗi buồn khi anh rời khỏi nó
El caballo tomó uno de los caminos del bosque.
con ngựa đã đi vào một trong những con đường của khu rừng
Y en pocas horas el buen hombre estaba en casa.
và trong vài giờ người đàn ông tốt bụng đã về nhà
Sus hijos vinieron a él
con cái của ông đã đến với ông
Pero en lugar de recibir sus abrazos con placer, los miró.
nhưng thay vì đón nhận cái ôm của họ một cách vui vẻ, anh nhìn họ
Levantó la rama que tenía en sus manos.
anh ấy giơ cành cây anh ấy đang cầm trên tay
y luego estalló en lágrimas
và rồi anh ấy bật khóc
"Belleza", dijo, "por favor toma estas rosas".
"Người đẹp ơi", anh nói, "hãy nhận lấy những bông hồng này"
"No puedes saber lo costosas que han sido estas rosas"
"bạn không thể biết những bông hồng này đắt giá thế nào"
"Estas rosas le han costado la vida a tu padre"
"Những bông hồng này đã cướp đi mạng sống của cha bạn"

Y luego contó su fatal aventura.
và sau đó anh ấy kể về cuộc phiêu lưu định mệnh của mình
Inmediatamente las dos hermanas mayores gritaron.
ngay lập tức hai chị gái lớn nhất kêu lên
y le dijeron muchas cosas malas a su hermosa hermana
và họ đã nói nhiều điều tệ hại với người chị xinh đẹp của họ
Pero Bella no lloró en absoluto.
nhưng người đẹp không hề khóc
"Mirad el orgullo de ese pequeño desgraciado", dijeron.
"Hãy nhìn vào sự kiêu hãnh của thằng khốn nạn đó," họ nói
"ella no pidió ropa fina"
"cô ấy không yêu cầu quần áo đẹp"
"Ella debería haber hecho lo que hicimos"
"cô ấy nên làm những gì chúng ta đã làm"
"ella quería distinguirse"
"cô ấy muốn phân biệt mình"
"Así que ahora ella será la muerte de nuestro padre"
"vậy thì bây giờ cô ấy sẽ là cái chết của cha chúng ta"
"Y aún así no derrama ni una lágrima"
"và cô ấy vẫn không rơi một giọt nước mắt"
"¿Por qué debería llorar?" respondió Bella
"Tại sao tôi phải khóc?" người đẹp trả lời
"Llorar sería muy innecesario"
"khóc sẽ rất vô ích"
"mi padre no sufrirá por mí"
"Cha tôi sẽ không chịu đau khổ vì tôi"
"El monstruo aceptará a una de sus hijas"
"con quái vật sẽ chấp nhận một trong những cô con gái của mình"
"Me ofreceré a toda su furia"
"Tôi sẽ dâng hiến bản thân mình cho cơn thịnh nộ của ngài"
"Estoy muy feliz, porque mi muerte salvará la vida de mi padre"
"Tôi rất vui vì cái chết của tôi sẽ cứu được mạng sống của cha tôi"
"mi muerte será una prueba de mi amor"

"cái chết của tôi sẽ là bằng chứng cho tình yêu của tôi"
-No, hermana -dijeron sus tres hermanos.
"Không, chị ạ," ba anh trai của cô nói.
"Eso no será"
"điều đó sẽ không xảy ra"
"Iremos a buscar al monstruo"
"chúng ta sẽ đi tìm con quái vật"
"y o lo matamos..."
"và hoặc là chúng ta sẽ giết anh ta..."
"...o pereceremos en el intento"
"... hoặc chúng ta sẽ chết trong nỗ lực này"
"No imaginéis tal cosa, hijos míos", dijo el mercader.
"Các con đừng tưởng tượng ra điều gì như thế," người thương gia nói.
"El poder de la bestia es tan grande que no tengo esperanzas de que puedas vencerlo"
"Sức mạnh của con quái thú quá lớn đến nỗi tôi không hy vọng anh có thể chiến thắng nó"
"Estoy encantado con la amable y generosa oferta de Bella"
"Tôi bị quyến rũ bởi sự tốt bụng và hào phóng của vẻ đẹp"
"pero no puedo aceptar su generosidad"
"nhưng tôi không thể chấp nhận lòng hào phóng của cô ấy"
"Soy viejo y no me queda mucho tiempo de vida"
"Tôi già rồi, không còn sống được bao lâu nữa"
"Así que sólo puedo perder unos pocos años"
"vậy nên tôi chỉ có thể mất vài năm"
"Tiempo que lamento por vosotros, mis queridos hijos"
"thời gian mà tôi hối tiếc vì các con, những đứa con yêu dấu của tôi"
"Pero padre", dijo Bella
"Nhưng cha ơi," người đẹp nói
"No irás al palacio sin mí"
"Ngươi không được vào cung điện nếu không có ta"
"No puedes impedir que te siga"
"bạn không thể ngăn cản tôi theo đuổi bạn"
Nada podría convencer a Bella de lo contrario.

không có gì có thể thuyết phục được vẻ đẹp nếu không
Ella insistió en ir al bello palacio.
cô ấy nhất quyết muốn đến cung điện đẹp đẽ
y sus hermanas estaban encantadas con su insistencia
và các chị em của cô ấy rất vui mừng trước sự khăng khăng của cô ấy
El comerciante estaba preocupado ante la idea de perder a su hija.
Người thương gia lo lắng khi nghĩ đến việc mất đi con gái mình
Estaba tan preocupado que se había olvidado del cofre lleno de oro.
anh ta quá lo lắng đến nỗi quên mất chiếc rương đầy vàng
Por la noche se retiró a descansar y cerró la puerta de su habitación.
vào ban đêm, ông nghỉ ngơi và đóng cửa phòng mình lại
Entonces, para su gran asombro, encontró el tesoro junto a su cama.
sau đó, anh vô cùng ngạc nhiên khi thấy kho báu ở ngay cạnh giường mình
Estaba decidido a no contárselo a sus hijos.
anh ấy quyết tâm không nói với con mình
Si lo supieran, hubieran querido regresar al pueblo.
nếu họ biết, họ sẽ muốn quay trở lại thị trấn
y estaba decidido a no abandonar el campo
và anh ấy đã quyết định không rời khỏi vùng nông thôn
Pero él confió a Bella el secreto.
nhưng anh ấy tin tưởng vẻ đẹp với bí mật
Ella le informó que dos caballeros habían llegado.
cô ấy thông báo với anh ấy rằng có hai quý ông đã đến
y le hicieron propuestas a sus hermanas
và họ đã đưa ra đề xuất với các chị em của cô ấy
Ella le rogó a su padre que consintiera su matrimonio.
cô ấy đã cầu xin cha cô ấy đồng ý cho họ kết hôn
y ella le pidió que les diera algo de su fortuna
và cô ấy yêu cầu anh ấy cho họ một ít tài sản của anh ấy

Ella ya los había perdonado.
cô ấy đã tha thứ cho họ rồi
Las malvadas criaturas se frotaron los ojos con cebollas.
những sinh vật độc ác đã dụi mắt bằng hành tây
Para forzar algunas lágrimas cuando se separaron de su hermana.
để buộc phải rơi nước mắt khi họ chia tay với chị gái của họ
Pero sus hermanos realmente estaban preocupados.
nhưng anh em cô ấy thực sự lo lắng
Bella fue la única que no derramó ninguna lágrima.
Người đẹp là người duy nhất không rơi nước mắt
Ella no quería aumentar su malestar.
cô ấy không muốn làm tăng thêm sự lo lắng của họ
El caballo tomó el camino directo al palacio.
con ngựa đi thẳng đến cung điện
y hacia la tarde vieron el palacio iluminado
và về chiều họ thấy cung điện được thắp sáng
El caballo volvió a entrar solo en el establo.
con ngựa lại tự đưa mình vào chuồng
Y el buen hombre y su hija entraron en el gran salón.
và người đàn ông tốt bụng cùng con gái của ông đã đi vào đại sảnh
Aquí encontraron una mesa espléndidamente servida.
ở đây họ tìm thấy một cái bàn được phục vụ tuyệt vời
El comerciante no tenía apetito para comer
người buôn bán không có cảm giác thèm ăn
Pero Bella se esforzó por parecer alegre.
nhưng vẻ đẹp cố gắng tỏ ra vui vẻ
Ella se sentó a la mesa y ayudó a su padre.
cô ấy ngồi xuống bàn và giúp cha cô ấy
Pero también pensó para sí misma:
nhưng cô cũng tự nghĩ:
"La bestia seguramente quiere engordarme antes de comerme"
"Con thú chắc chắn muốn vỗ béo tôi trước khi ăn thịt tôi"
"Por eso ofrece tanto entretenimiento"

"đó là lý do tại sao anh ấy cung cấp nhiều sự giải trí như vậy"
Después de haber comido oyeron un gran ruido.
sau khi họ ăn xong họ nghe thấy một tiếng động lớn
Y el comerciante se despidió de su desdichado hijo con lágrimas en los ojos.
và người thương gia tạm biệt đứa con bất hạnh của mình với đôi mắt đẫm lệ
Porque sabía que la bestia venía
bởi vì anh ta biết con thú đang đến
Bella estaba aterrorizada por su horrible forma.
người đẹp kinh hãi trước hình dạng kinh hoàng của anh ta
Pero ella tomó coraje lo mejor que pudo.
nhưng cô ấy đã lấy hết can đảm hết sức có thể
Y el monstruo le preguntó si venía voluntariamente.
và con quái vật hỏi cô ấy có tự nguyện đến không
-Sí, he venido voluntariamente -dijo temblando.
"Vâng, tôi đã tự nguyện đến đây," cô ấy nói trong sự run rẩy.
La bestia respondió: "Eres muy bueno"
con thú đáp lại, "Ngươi rất tốt"
"Y te lo agradezco mucho, hombre honesto"
"và tôi rất biết ơn anh; người đàn ông trung thực"
"Continuad vuestro camino mañana por la mañana"
"Sáng mai hãy đi đường của anh"
"Pero nunca pienses en venir aquí otra vez"
"nhưng đừng bao giờ nghĩ đến việc quay lại đây nữa"
"Adiós bella, adiós bestia", respondió.
"Tạm biệt người đẹp, tạm biệt thú dữ," anh trả lời
Y de inmediato el monstruo se retiró.
và ngay lập tức con quái vật rút lui
"Oh, hija", dijo el comerciante.
"Ồ, con gái," người thương gia nói.
y abrazó a su hija una vez más
và anh ấy ôm con gái mình một lần nữa
"Estoy casi muerto de miedo"
"Tôi gần như sợ chết khiếp"
"Créeme, será mejor que regreses"

"tin tôi đi, tốt hơn là anh nên quay lại"
"déjame quedarme aquí, en tu lugar"
"hãy để tôi ở lại đây, thay vì anh"
—No, padre —dijo Bella con tono decidido.
"Không, cha ơi," người đẹp nói với giọng kiên quyết
"Partirás mañana por la mañana"
"bạn sẽ lên đường vào sáng mai"
"déjame al cuidado y protección de la providencia"
"hãy để tôi cho sự chăm sóc và bảo vệ của Chúa"
Aún así se fueron a la cama
tuy nhiên họ đã đi ngủ
Pensaron que no cerrarían los ojos en toda la noche.
họ nghĩ rằng họ sẽ không nhắm mắt suốt đêm
pero justo cuando se acostaron se durmieron
nhưng ngay khi họ nằm xuống họ đã ngủ
Bella soñó que una bella dama se acercó y le dijo:
Người đẹp mơ thấy một người phụ nữ xinh đẹp đến và nói với nàng:
"Estoy contento, bella, con tu buena voluntad"
"Tôi hài lòng, người đẹp, với thiện chí của bạn"
"Esta buena acción tuya no quedará sin recompensa"
"Hành động tốt này của bạn sẽ không phải là không được đền đáp"
Bella se despertó y le contó a su padre su sueño.
Người đẹp thức dậy và kể cho cha nghe giấc mơ của mình
El sueño ayudó a consolarlo un poco.
giấc mơ giúp anh ấy an ủi được một chút
Pero no pudo evitar llorar amargamente mientras se marchaba.
nhưng anh ấy không thể không khóc thảm thiết khi anh ấy rời đi
Tan pronto como se fue, Bella se sentó en el gran salón y lloró también.
Ngay khi anh ta đi rồi, người đẹp ngồi xuống trong đại sảnh và khóc quá
Pero ella decidió no sentirse inquieta.

nhưng cô ấy quyết định không lo lắng
Ella decidió ser fuerte por el poco tiempo que le quedaba de vida.
cô ấy quyết định phải mạnh mẽ trong khoảng thời gian ít ỏi còn lại để sống
Porque creía firmemente que la bestia la comería.
bởi vì cô ấy tin chắc rằng con thú sẽ ăn thịt cô ấy
Sin embargo, pensó que también podría explorar el palacio.
tuy nhiên, cô ấy nghĩ cô ấy cũng có thể khám phá cung điện
y ella quería ver el hermoso castillo
và cô ấy muốn ngắm nhìn lâu đài đẹp đẽ
Un castillo que no pudo evitar admirar.
một lâu đài mà cô không thể không ngưỡng mộ
Era un palacio deliciosamente agradable.
đó là một cung điện dễ chịu thú vị
y ella se sorprendió muchísimo al ver una puerta
và cô ấy vô cùng ngạc nhiên khi nhìn thấy một cánh cửa
Y sobre la puerta estaba escrito que era su habitación.
và trên cửa có ghi rằng đó là phòng của cô ấy
Ella abrió la puerta apresuradamente
cô ấy vội vàng mở cửa
y ella quedó completamente deslumbrada con la magnificencia de la habitación.
và cô ấy thực sự choáng ngợp trước sự tráng lệ của căn phòng
Lo que más le llamó la atención fue una gran biblioteca.
điều chủ yếu thu hút sự chú ý của cô ấy là một thư viện lớn
Un clavicémbalo y varios libros de música.
một cây đàn harpsichord và một số sách nhạc
"Bueno", se dijo a sí misma.
"Được rồi," cô ấy tự nhủ
"Veo que la bestia no dejará que mi tiempo cuelgue pesadamente"
"Tôi thấy con thú sẽ không để thời gian của tôi trôi qua một cách nặng nề"
Entonces reflexionó sobre su situación.
sau đó cô ấy tự suy ngẫm về hoàn cảnh của mình

"Si me hubiera quedado un día, todo esto no estaría aquí"
"Nếu tôi chỉ ở lại một ngày thì tất cả những điều này đã không xảy ra ở đây"
Esta consideración le inspiró nuevo coraje.
sự cân nhắc này đã truyền cảm hứng cho cô ấy với lòng can đảm mới
y tomó un libro de su nueva biblioteca
và cô ấy đã lấy một cuốn sách từ thư viện mới của cô ấy
y leyó estas palabras en letras doradas:
và cô ấy đọc những từ này bằng chữ vàng:
"Bienvenida Bella, destierra el miedo"
"Chào đón vẻ đẹp, xua tan nỗi sợ hãi"
"Eres reina y señora aquí"
"Bạn là nữ hoàng và bà chủ ở đây"
"Di tus deseos, di tu voluntad"
"Hãy nói lên mong muốn của bạn, hãy nói lên ý chí của bạn"
"Aquí la obediencia rápida cumple tus deseos"
"Sự tuân thủ nhanh chóng đáp ứng mong muốn của bạn ở đây"
"¡Ay!", dijo ella con un suspiro.
"Than ôi," cô ấy nói, với một tiếng thở dài
"Lo que más deseo es ver a mi pobre padre"
"Điều tôi mong muốn nhất là được nhìn thấy người cha tội nghiệp của mình"
"y me gustaría saber qué está haciendo"
"và tôi muốn biết anh ấy đang làm gì"
Tan pronto como dijo esto se dio cuenta del espejo.
Ngay khi cô ấy nói điều này, cô ấy nhận thấy tấm gương
Para su gran asombro, vio su propia casa en el espejo.
cô vô cùng ngạc nhiên khi thấy ngôi nhà của mình trong gương
Su padre llegó emocionalmente agotado.
cha cô ấy đã đến trong tình trạng kiệt sức về mặt cảm xúc
Sus hermanas fueron a recibirlo
chị em cô ấy đã đến gặp anh ấy
A pesar de sus intentos de parecer tristes, su alegría era

visible.
mặc dù họ cố tỏ ra buồn bã, nhưng niềm vui của họ vẫn hiện rõ
Un momento después todo desapareció
một lát sau mọi thứ biến mất
Y las aprensiones de Bella también desaparecieron.
và nỗi lo sợ về cái đẹp cũng biến mất
porque sabía que podía confiar en la bestia
vì cô ấy biết cô ấy có thể tin tưởng con thú
Al mediodía encontró la cena lista.
Đến trưa cô thấy bữa tối đã sẵn sàng
Ella se sentó a la mesa
cô ấy ngồi xuống bàn
y se entretuvo con un concierto de música
và cô ấy đã được giải trí với một buổi hòa nhạc
Aunque no podía ver a nadie
mặc dù cô ấy không thể nhìn thấy bất cứ ai
Por la noche se sentó a cenar otra vez
vào ban đêm cô ấy lại ngồi xuống ăn tối
Esta vez escuchó el ruido que hizo la bestia.
lần này cô ấy nghe thấy tiếng động mà con thú tạo ra
y ella no pudo evitar estar aterrorizada
và cô ấy không thể không sợ hãi
"belleza", dijo el monstruo
"Vẻ đẹp," con quái vật nói
"¿Me permites comer contigo?"
"Anh có cho phép em ăn cùng anh không?"
"Haz lo que quieras", respondió Bella temblando.
"Làm theo ý mình đi," người đẹp trả lời trong sự run rẩy
"No", respondió la bestia.
"Không," con thú trả lời
"Sólo tú eres la señora aquí"
"Chỉ có mình cô là chủ nhân ở đây"
"Puedes despedirme si soy problemático"
"bạn có thể đuổi tôi đi nếu tôi gây phiền phức"
"Despídeme y me retiraré inmediatamente"

"Hãy đuổi tôi đi và tôi sẽ rút lui ngay lập tức"
-Pero dime, ¿no te parece que soy muy fea?
"Nhưng hãy nói cho tôi biết; anh không thấy tôi xấu xí lắm sao?"
"Eso es verdad", dijo Bella.
"Đúng vậy," người đẹp nói
"No puedo decir una mentira"
"Tôi không thể nói dối"
"Pero creo que tienes muy buen carácter"
"nhưng tôi tin rằng bạn là người rất tốt bụng"
"Sí, lo soy", dijo el monstruo.
"Tôi thực sự là vậy," con quái vật nói.
"Pero aparte de mi fealdad, tampoco tengo sentido"
"Nhưng ngoài sự xấu xí của tôi ra, tôi cũng chẳng có ý thức gì cả"
"Sé muy bien que soy una criatura tonta"
"Tôi biết rõ rằng tôi là một sinh vật ngốc nghếch"
—No es ninguna locura pensar así —replicó Bella.
"Không phải là dấu hiệu của sự ngu ngốc khi nghĩ như vậy", người đẹp trả lời.
"Come entonces, bella", dijo el monstruo.
"Ăn đi, người đẹp," quái vật nói.
"Intenta divertirte en tu palacio"
"hãy cố gắng tự giải trí trong cung điện của mình"
"Todo aquí es tuyo"
"mọi thứ ở đây đều là của bạn"
"Y me sentiría muy incómodo si no fueras feliz"
"và tôi sẽ rất lo lắng nếu bạn không vui"
-Eres muy servicial -respondió Bella.
"Bạn rất tử tế," người đẹp trả lời.
"Admito que estoy complacido con su amabilidad"
"Tôi thừa nhận là tôi hài lòng với lòng tốt của anh"
"Y cuando considero tu bondad, apenas noto tus deformidades"
"và khi tôi xem xét lòng tốt của bạn, tôi hầu như không nhận thấy sự dị dạng của bạn"

"Sí, sí", dijo la bestia, "mi corazón es bueno".
"Vâng, vâng," con thú nói, "trái tim tôi tốt bụng
"Pero aunque soy bueno, sigo siendo un monstruo"
"nhưng mặc dù tôi tốt, tôi vẫn là một con quái vật"
"Hay muchos hombres que merecen ese nombre más que tú"
"Có nhiều người đàn ông xứng đáng với cái tên đó hơn anh"
"Y te prefiero tal como eres"
"và tôi thích bạn như bạn hiện tại"
"y te prefiero más que a aquellos que esconden un corazón ingrato"
"và tôi thích bạn hơn những kẻ che giấu một trái tim vô ơn"
"Si tuviera algo de sentido común", respondió la bestia.
"Giá như tôi có chút hiểu biết," con thú trả lời
"Si tuviera sentido común, te haría un buen cumplido para agradecerte"
"Nếu tôi có lý trí thì tôi sẽ khen ngợi bạn một cách tử tế để cảm ơn bạn"
"Pero soy tan aburrida"
"nhưng tôi buồn tẻ quá"
"Sólo puedo decir que le estoy muy agradecido"
"Tôi chỉ có thể nói rằng tôi rất biết ơn bạn"
Bella comió una cena abundante
người đẹp đã ăn một bữa tối thịnh soạn
y ella casi había superado su miedo al monstruo
và cô ấy đã gần như chế ngự được nỗi sợ hãi của mình về con quái vật
Pero ella quería desmayarse cuando la bestia le hizo la siguiente pregunta.
nhưng cô ấy muốn ngất đi khi con thú hỏi cô ấy câu hỏi tiếp theo
"Belleza, ¿quieres ser mi esposa?"
"Người đẹp ơi, em có đồng ý làm vợ anh không?"
Ella tardó un tiempo antes de poder responder.
cô ấy mất một lúc mới có thể trả lời
Porque tenía miedo de hacerlo enojar
vì cô ấy sợ làm anh ấy tức giận

Al final, sin embargo, dijo: "No, bestia".
cuối cùng, tuy nhiên, cô ấy đã nói "không, đồ thú vật"
Inmediatamente el pobre monstruo silbó muy espantosamente.
ngay lập tức con quái vật tội nghiệp rít lên rất đáng sợ
y todo el palacio hizo eco
và toàn bộ cung điện vang vọng
Pero Bella pronto se recuperó de su susto.
nhưng người đẹp đã sớm hồi phục sau nỗi sợ hãi
porque la bestia volvió a hablar con voz triste
vì con thú lại nói bằng giọng buồn thảm
"Entonces adiós, belleza"
"vậy thì tạm biệt nhé, người đẹp"
y sólo se volvía de vez en cuando
và anh ấy chỉ thỉnh thoảng quay lại
mirarla mientras salía
nhìn cô ấy khi anh ấy đi ra ngoài
Ahora Bella estaba sola otra vez
bây giờ vẻ đẹp lại một mình
Ella sintió mucha compasión
cô ấy cảm thấy rất thương cảm
"Ay, es una lástima"
"Than ôi, thật là đáng tiếc"
"algo tan bueno no debería ser tan feo"
"bất cứ điều gì tốt đẹp như vậy thì không nên xấu xí như vậy"
Bella pasó tres meses muy contenta en palacio.
Người đẹp đã dành ba tháng rất mãn nguyện trong cung điện
Todas las noches la bestia le hacía una visita.
Mỗi buổi tối con thú đều đến thăm cô
y hablaron durante la cena
và họ nói chuyện trong bữa tối
Hablaban con sentido común
họ nói chuyện với sự hiểu biết thông thường
Pero no hablaban con lo que la gente llama ingenio.
nhưng họ không nói chuyện với những gì mọi người gọi là sự dí dỏm

Bella siempre descubre algún carácter valioso en la bestia.
cái đẹp luôn khám phá ra một số tính cách có giá trị ở con thú
y ella se había acostumbrado a su deformidad
và cô ấy đã quen với sự dị dạng của anh ấy
Ella ya no temía el momento de su visita.
cô ấy không còn sợ hãi thời gian anh ấy đến thăm nữa
Ahora a menudo miraba su reloj.
bây giờ cô ấy thường nhìn đồng hồ của mình
y ella no podía esperar a que fueran las nueve en punto
và cô ấy không thể chờ đến chín giờ
Porque la bestia nunca dejaba de venir a esa hora
bởi vì con thú không bao giờ bỏ lỡ việc đến vào giờ đó
Sólo había una cosa que preocupaba a Bella.
chỉ có một điều liên quan đến cái đẹp
Todas las noches antes de irse a dormir la bestia le hacía la misma pregunta.
Mỗi đêm trước khi cô ấy đi ngủ, con thú đều hỏi cô ấy cùng một câu hỏi
El monstruo le preguntó si sería su esposa.
con quái vật hỏi cô ấy liệu cô ấy có muốn làm vợ anh ta không
Un día ella le dijo: "bestia, me pones muy nerviosa"
một ngày nọ cô ấy nói với anh ta, "con thú, anh làm tôi rất khó chịu"
"Me gustaría poder consentir en casarme contigo"
"Ước gì tôi có thể đồng ý cưới em"
"Pero soy demasiado sincero para hacerte creer que me casaría contigo"
"nhưng anh quá chân thành để khiến em tin rằng anh sẽ cưới em"
"nuestro matrimonio nunca se realizará"
"cuộc hôn nhân của chúng ta sẽ không bao giờ xảy ra"
"Siempre te veré como un amigo"
"Tôi sẽ luôn coi bạn là bạn"
"Por favor, trate de estar satisfecho con esto"
"hãy cố gắng hài lòng với điều này"
"Debo estar satisfecho con esto", dijo la bestia.

"Ta phải hài lòng với điều này," con thú nói.
"Conozco mi propia desgracia"
"Tôi biết sự bất hạnh của mình"
"pero te amo con el más tierno cariño"
"nhưng anh yêu em bằng tình cảm dịu dàng nhất "
"Sin embargo, debo considerarme feliz"
"Tuy nhiên, tôi nên coi mình là hạnh phúc"
"Y me alegraría que te quedaras aquí"
"và tôi sẽ rất vui khi bạn ở lại đây"
"Prométeme que nunca me dejarás"
"hứa với em là đừng bao giờ rời xa em"
Bella se sonrojó ante estas palabras.
người đẹp đỏ mặt vì những lời này
Un día Bella se estaba mirando en el espejo.
một ngày nọ người đẹp đang nhìn vào gương
Su padre se había preocupado muchísimo por ella.
cha cô đã lo lắng đến phát ốm vì cô
Ella anhelaba verlo de nuevo más que nunca.
cô ấy mong muốn được gặp lại anh ấy hơn bao giờ hết
"Podría prometerte que nunca te abandonaré por completo"
"Anh có thể hứa sẽ không bao giờ rời xa em hoàn toàn"
"Pero tengo un deseo tan grande de ver a mi padre"
"nhưng tôi rất mong muốn được gặp cha tôi"
"Me molestaría muchísimo si dijeras que no"
"Tôi sẽ vô cùng tức giận nếu anh nói không"
"Preferiría morir yo mismo", dijo el monstruo.
"Tôi thà chết còn hơn," con quái vật nói.
"Prefiero morir antes que hacerte sentir incómodo"
"Tôi thà chết còn hơn khiến anh cảm thấy bất an"
"Te enviaré con tu padre"
"Ta sẽ gửi ngươi đến gặp cha ngươi"
"permanecerás con él"
"bạn sẽ ở lại với anh ấy"
"y esta desafortunada bestia morirá de pena en su lugar"
"và con thú bất hạnh này sẽ chết trong đau buồn thay"
"No", dijo Bella, llorando.

"Không," người đẹp nói, vừa khóc vừa nói
"Te amo demasiado para ser la causa de tu muerte"
"Anh yêu em quá nhiều để có thể là nguyên nhân gây ra cái chết của em"
"Te doy mi promesa de regresar en una semana"
"Tôi hứa sẽ quay lại sau một tuần"
"Me has demostrado que mis hermanas están casadas"
"Bạn đã cho tôi thấy rằng các chị em của tôi đã kết hôn"
"y mis hermanos se han ido al ejército"
"và anh em tôi đã đi lính"
"déjame quedarme una semana con mi padre, ya que está solo"
"cho tôi ở lại với bố một tuần, vì bố ở một mình"
"Estarás allí mañana por la mañana", dijo la bestia.
"Sáng mai ngươi sẽ ở đó," con thú nói.
"pero recuerda tu promesa"
"nhưng hãy nhớ lời hứa của bạn"
"Solo tienes que dejar tu anillo sobre una mesa antes de irte a dormir"
"Bạn chỉ cần đặt chiếc nhẫn lên bàn trước khi đi ngủ"
"Y luego serás traído de regreso antes de la mañana"
"và sau đó bạn sẽ được đưa trở lại trước khi trời sáng"
"Adiós querida belleza", suspiró la bestia.
"Tạm biệt người đẹp thân yêu," con thú thở dài
Bella se fue a la cama muy triste esa noche.
Người đẹp đã đi ngủ rất buồn vào đêm đó
Porque no quería ver a la bestia tan preocupada.
vì cô ấy không muốn nhìn thấy con thú lo lắng như vậy
A la mañana siguiente se encontró en la casa de su padre.
sáng hôm sau cô thấy mình đang ở nhà cha cô
Ella hizo sonar una campanita junto a su cama.
cô ấy rung một chiếc chuông nhỏ bên giường
y la criada dio un grito fuerte
và người hầu gái hét lên một tiếng lớn
y su padre corrió escaleras arriba
và cha cô chạy lên lầu

Él pensó que iba a morir de alegría.
anh ấy nghĩ rằng anh ấy sẽ chết vì vui sướng
La sostuvo en sus brazos durante un cuarto de hora.
anh ấy ôm cô ấy trong vòng tay trong một phần tư giờ
Finalmente los primeros saludos terminaron.
cuối cùng lời chào đầu tiên đã kết thúc
Bella empezó a pensar en levantarse de la cama.
người đẹp bắt đầu nghĩ đến việc ra khỏi giường
pero se dio cuenta de que no había traído ropa
nhưng cô nhận ra cô không mang theo quần áo
pero la criada le dijo que había encontrado una caja
nhưng người hầu gái nói với cô ấy rằng cô ấy đã tìm thấy một chiếc hộp
El gran baúl estaba lleno de vestidos y batas.
cái rương lớn chứa đầy váy áo và áo dài
Cada vestido estaba cubierto de oro y diamantes.
mỗi chiếc váy đều được phủ vàng và kim cương
Bella agradeció a la Bestia por su amable atención.
người đẹp cảm ơn con thú vì sự chăm sóc ân cần của nó
y tomó uno de los vestidos más sencillos
và cô ấy đã lấy một trong những chiếc váy đơn giản nhất
Ella tenía la intención de regalar los otros vestidos a sus hermanas.
cô ấy định tặng những chiếc váy khác cho chị em mình
Pero ante ese pensamiento el arcón de ropa desapareció.
nhưng khi nghĩ đến điều đó thì cái rương đựng quần áo đã biến mất
La bestia había insistido en que la ropa era solo para ella.
con thú đã khăng khăng rằng quần áo chỉ dành cho cô ấy
Su padre le dijo que ese era el caso.
cha cô ấy đã nói với cô ấy rằng đây là trường hợp
Y enseguida volvió el baúl de la ropa.
và ngay lập tức rương quần áo lại trở về
Bella se vistió con su ropa nueva
người đẹp đã mặc cho mình những bộ quần áo mới
Y mientras tanto las doncellas fueron a buscar a sus

hermanas.
và trong khi đó những người hầu gái đã đi tìm chị gái của cô ấy
Ambas hermanas estaban con sus maridos.
cả hai chị gái của cô ấy đều ở với chồng của họ
Pero sus dos hermanas estaban muy infelices.
nhưng cả hai chị gái của cô đều rất không vui
Su hermana mayor se había casado con un caballero muy guapo.
chị cả của cô ấy đã kết hôn với một người đàn ông rất đẹp trai
Pero estaba tan enamorado de sí mismo que descuidó a su esposa.
nhưng anh ta quá yêu bản thân mình đến nỗi bỏ bê vợ mình
Su segunda hermana se había casado con un hombre ingenioso.
chị gái thứ hai của cô đã kết hôn với một người đàn ông dí dỏm
Pero usó su ingenio para atormentar a la gente.
nhưng anh ta đã dùng sự hóm hỉnh của mình để hành hạ mọi người
Y atormentaba a su esposa sobre todo.
và anh ta hành hạ vợ mình nhất
Las hermanas de Bella la vieron vestida como una princesa
chị em của người đẹp thấy cô ấy ăn mặc như một công chúa
y se enfermaron de envidia
và họ phát ốm vì ghen tị
Ahora estaba más bella que nunca
bây giờ cô ấy đẹp hơn bao giờ hết
Su comportamiento cariñoso no pudo sofocar sus celos.
hành vi trìu mến của cô ấy không thể ngăn chặn sự ghen tuông của họ
Ella les contó lo feliz que estaba con la bestia.
cô ấy nói với họ rằng cô ấy hạnh phúc thế nào khi có con thú đó
y sus celos estaban a punto de estallar
và sự ghen tị của họ đã sẵn sàng bùng nổ

Bajaron al jardín a llorar su desgracia.
Họ đi xuống vườn để khóc về sự bất hạnh của họ
"¿En qué sentido esta pequeña criatura es mejor que nosotros?"
"Sinh vật nhỏ bé này tốt hơn chúng ta ở điểm nào?"
"¿Por qué debería estar mucho más feliz?"
"Tại sao cô ấy lại có thể hạnh phúc hơn thế?"
"Hermana", dijo la hermana mayor.
"Chị ơi," người chị lớn nói.
"Un pensamiento acaba de golpear mi mente"
"một ý nghĩ vừa lóe lên trong đầu tôi"
"Intentemos mantenerla aquí más de una semana"
"chúng ta hãy cố gắng giữ cô ấy ở đây hơn một tuần"
"Quizás esto enfurezca al tonto monstruo"
"có lẽ điều này sẽ làm con quái vật ngốc nghếch kia nổi giận"
"porque ella hubiera faltado a su palabra"
"vì cô ấy sẽ phá vỡ lời hứa của mình"
"y entonces podría devorarla"
"và sau đó anh ta có thể nuốt chửng cô ấy"
"Esa es una gran idea", respondió la otra hermana.
"Đó là một ý tưởng tuyệt vời", người chị kia trả lời
"Debemos mostrarle la mayor amabilidad posible"
"chúng ta phải thể hiện lòng tốt với cô ấy nhiều nhất có thể"
Las hermanas tomaron esta resolución
các chị em đã đưa ra quyết định này
y se comportaron con mucho cariño con su hermana
và họ cư xử rất trìu mến với chị gái của họ
La pobre belleza lloró de alegría por toda su bondad.
người đẹp tội nghiệp khóc vì vui mừng trước lòng tốt của họ
Cuando la semana se cumplió, lloraron y se arrancaron el pelo.
khi tuần lễ kết thúc, họ khóc và giật tóc
Parecían muy apenados por separarse de ella.
họ có vẻ rất tiếc khi phải chia tay cô ấy
y Bella prometió quedarse una semana más
và vẻ đẹp hứa hẹn sẽ ở lại thêm một tuần nữa

Mientras tanto, Bella no pudo evitar reflexionar sobre sí misma.
Trong khi đó, người đẹp không thể không suy ngẫm về chính mình

Ella se preocupaba por lo que le estaba haciendo a la pobre bestia.
cô ấy lo lắng không biết cô ấy đang làm gì với con vật tội nghiệp

Ella sabía que lo amaba sinceramente.
cô ấy biết rằng cô ấy thực sự yêu anh ấy

Y ella realmente anhelaba verlo otra vez.
và cô ấy thực sự mong muốn được gặp lại anh ấy

La décima noche también la pasó en casa de su padre.
đêm thứ mười cô ấy cũng ở nhà cha cô ấy

Ella soñó que estaba en el jardín del palacio.
cô ấy mơ thấy mình đang ở trong khu vườn cung điện

y soñó que veía a la bestia extendida sobre la hierba
và cô ấy mơ thấy con thú nằm dài trên cỏ

Parecía reprocharle con voz moribunda
anh ta dường như trách móc cô bằng giọng nói hấp hối

y la acusó de ingratitud
và anh ta cáo buộc cô ấy là vô ơn

Bella se despertó de su sueño.
người đẹp thức dậy sau giấc ngủ

y ella estalló en lágrimas
và cô ấy bật khóc

"¿No soy muy malvado?"
"Tôi không phải là người rất độc ác sao?"

"¿No fue cruel de mi parte actuar tan cruelmente con la bestia?"
"Chẳng phải tôi rất tàn nhẫn khi đối xử tàn nhẫn với con thú đó sao?"

"La bestia hizo todo lo posible para complacerme"
"con thú đã làm mọi thứ để làm hài lòng tôi"

-¿Es culpa suya que sea tan feo?
"Có phải lỗi của anh ta là anh ta xấu xí như vậy không?"

¿Es culpa suya que tenga tan poco ingenio?
"Có phải lỗi của anh ta là anh ta quá kém thông minh không?"
"Él es amable y bueno, y eso es suficiente"
"Anh ấy tốt bụng và tử tế, thế là đủ"
"¿Por qué me negué a casarme con él?"
"Tại sao tôi lại từ chối kết hôn với anh ấy?"
"Debería estar feliz con el monstruo"
"Tôi nên vui mừng với con quái vật"
"Mira los maridos de mis hermanas"
"hãy nhìn chồng của các chị em tôi"
"ni el ingenio ni la belleza los hacen buenos"
"cả sự hóm hỉnh hay vẻ ngoài đẹp trai đều không làm cho họ trở nên tốt"
"Ninguno de sus maridos las hace felices"
"không ai trong số những người chồng của họ làm cho họ hạnh phúc"
"pero virtud, dulzura de carácter y paciencia"
"nhưng đức hạnh, tính tình ngọt ngào và sự kiên nhẫn"
"Estas cosas hacen feliz a una mujer"
"những điều này làm cho phụ nữ hạnh phúc"
"y la bestia tiene todas estas valiosas cualidades"
"và con thú có tất cả những phẩm chất đáng quý này"
"Es cierto; no siento la ternura del afecto por él"
"Đúng vậy; tôi không cảm thấy tình cảm dịu dàng dành cho anh ấy"
"Pero encuentro que tengo la más alta gratitud por él"
"nhưng tôi thấy tôi vô cùng biết ơn anh ấy"
"y tengo por él la más alta estima"
"và tôi vô cùng kính trọng anh ấy"
"y él es mi mejor amigo"
"và anh ấy là bạn thân nhất của tôi"
"No lo haré miserable"
"Tôi sẽ không làm anh ấy đau khổ"
"Si fuera tan desagradecido nunca me lo perdonaría"
"Nếu tôi vô ơn đến thế thì tôi sẽ không bao giờ tha thứ cho chính mình"

Bella puso su anillo sobre la mesa.
người đẹp đặt chiếc nhẫn của mình lên bàn
y ella se fue a la cama otra vez
và cô ấy lại đi ngủ
Apenas estaba en la cama cuando se quedó dormida.
cô ấy hiếm khi ở trên giường trước khi cô ấy ngủ thiếp đi
Ella se despertó de nuevo a la mañana siguiente.
cô ấy lại thức dậy vào sáng hôm sau
Y ella estaba muy contenta de encontrarse en el palacio de la bestia.
và cô ấy vô cùng vui mừng khi thấy mình đang ở trong cung điện của quái thú
Ella se puso uno de sus vestidos más bonitos para complacerlo.
cô ấy mặc một trong những chiếc váy đẹp nhất của mình để làm anh ấy hài lòng
y ella esperó pacientemente la tarde
và cô ấy kiên nhẫn chờ đợi buổi tối
llegó la hora deseada
cuối cùng giờ phút mong đợi đã đến
El reloj dio las nueve, pero ninguna bestia apareció
đồng hồ đã điểm chín giờ nhưng vẫn chưa có con thú nào xuất hiện
Bella entonces temió haber sido la causa de su muerte.
Người đẹp sau đó lo sợ rằng cô chính là nguyên nhân gây ra cái chết của anh ta
Ella corrió llorando por todo el palacio.
cô ấy vừa chạy vừa khóc khắp cung điện
Después de haberlo buscado por todas partes, recordó su sueño.
sau khi đã tìm kiếm anh khắp nơi, cô nhớ lại giấc mơ của mình
y ella corrió hacia el canal en el jardín
và cô ấy chạy đến kênh đào trong vườn
Allí encontró a la pobre bestia tendida.
ở đó cô ấy thấy con vật tội nghiệp đang nằm dài

y estaba segura de que lo había matado
và cô ấy chắc chắn rằng cô ấy đã giết anh ta
Ella se arrojó sobre él sin ningún temor.
cô ấy lao vào anh ta mà không hề sợ hãi
Su corazón todavía latía
trái tim anh ấy vẫn còn đập
Ella fue a buscar un poco de agua al canal.
cô ấy lấy một ít nước từ kênh đào
y derramó el agua sobre su cabeza
và cô ấy đổ nước lên đầu anh ấy
La bestia abrió los ojos y le habló a Bella.
con thú mở mắt và nói chuyện với người đẹp
"Olvidaste tu promesa"
"Anh quên lời hứa rồi"
"Me rompió el corazón haberte perdido"
"Anh đã rất đau khổ khi mất em"
"Resolví morirme de hambre"
"Tôi quyết định nhịn đói"
"pero tengo la felicidad de verte una vez más"
"nhưng tôi rất vui khi được gặp lại em"
"Así tengo el placer de morir satisfecho"
"vì vậy tôi có niềm vui được chết một cách mãn nguyện"
"No, querida bestia", dijo Bella, "no debes morir".
"Không, con thú thân yêu," người đẹp nói, "ngươi không được chết"
"Vive para ser mi marido"
"Sống để làm chồng của tôi"
"Desde este momento te doy mi mano"
"từ lúc này anh trao em bàn tay anh"
"Y juro no ser nadie más que tuyo"
"và tôi thề sẽ không là ai khác ngoài em"
"¡Ay! Creí que sólo tenía una amistad para ti"
"Than ôi! Tôi nghĩ tôi chỉ có tình bạn với anh thôi"
"Pero el dolor que ahora siento me convence;"
"nhưng nỗi đau buồn mà tôi đang cảm thấy đã thuyết phục tôi;"

"No puedo vivir sin ti"
"Anh không thể sống thiếu em"
Bella apenas había dicho estas palabras cuando vio una luz.
Người đẹp hiếm hoi đã nói những lời này khi cô ấy nhìn thấy một ánh sáng
El palacio brillaba con luz
cung điện lấp lánh ánh sáng
Los fuegos artificiales iluminaron el cielo
pháo hoa thắp sáng bầu trời
y el aire se llenó de música
và không khí tràn ngập âm nhạc
Todo daba aviso de algún gran acontecimiento
mọi thứ đều báo hiệu một sự kiện lớn
Pero nada podía captar su atención.
nhưng không có gì có thể giữ được sự chú ý của cô ấy
Ella se volvió hacia su querida bestia.
cô ấy quay sang con thú cưng của mình
La bestia por la que ella temblaba de miedo
con thú mà cô ấy run rẩy vì sợ hãi
¡Pero su sorpresa fue grande por lo que vio!
nhưng cô ấy vô cùng ngạc nhiên trước những gì mình nhìn thấy!
La bestia había desaparecido
con thú đã biến mất
En cambio, vio al príncipe más encantador.
thay vào đó cô ấy nhìn thấy hoàng tử đẹp trai nhất
Ella había puesto fin al hechizo.
cô ấy đã chấm dứt câu thần chú
Un hechizo bajo el cual se parecía a una bestia.
một câu thần chú khiến anh ta trông giống một con thú
Este príncipe era digno de toda su atención.
hoàng tử này xứng đáng nhận được sự chú ý của cô ấy
Pero no pudo evitar preguntar dónde estaba la bestia.
nhưng cô không thể không hỏi con thú ở đâu
"Lo ves a tus pies", dijo el príncipe.
"Bạn thấy anh ấy ở dưới chân bạn," hoàng tử nói

"Un hada malvada me había condenado"
"Một bà tiên độc ác đã kết án tôi"
"Debía permanecer en esa forma hasta que una hermosa princesa aceptara casarse conmigo"
"Tôi phải giữ nguyên hình dạng đó cho đến khi một nàng công chúa xinh đẹp đồng ý cưới tôi"
"El hada ocultó mi entendimiento"
"nàng tiên đã che giấu sự hiểu biết của tôi"
"Fuiste el único lo suficientemente generoso como para quedar encantado con la bondad de mi temperamento"
"Anh là người duy nhất đủ hào phóng để bị quyến rũ bởi tính tình tốt của tôi"
Bella quedó felizmente sorprendida
người đẹp đã rất ngạc nhiên và vui mừng
Y le dio la mano al príncipe encantador.
và cô ấy đã trao tay cho hoàng tử quyến rũ
Entraron juntos al castillo
họ cùng nhau đi vào lâu đài
Y Bella se alegró mucho al encontrar a su padre en el castillo.
và người đẹp vô cùng vui mừng khi tìm thấy cha mình trong lâu đài
y toda su familia estaba allí también
và cả gia đình cô ấy cũng ở đó
Incluso Bella dama que apareció en su sueño estaba allí.
thậm chí cả người phụ nữ xinh đẹp xuất hiện trong giấc mơ của cô ấy cũng ở đó
"Belleza", dijo la dama del sueño.
"Người đẹp," người phụ nữ trong mơ nói
"ven y recibe tu recompensa"
"hãy đến và nhận phần thưởng của bạn"
"Has preferido la virtud al ingenio o la apariencia"
"bạn đã coi trọng đức hạnh hơn trí tuệ hoặc ngoại hình"
"Y tú mereces a alguien en quien se unan estas cualidades"
"và bạn xứng đáng có một người có những phẩm chất này hội tụ"
"vas a ser una gran reina"

"bạn sẽ trở thành một nữ hoàng vĩ đại"
"Espero que el trono no disminuya vuestra virtud"
"Tôi hy vọng ngai vàng sẽ không làm giảm đức hạnh của bạn"
Entonces el hada se volvió hacia las dos hermanas.
rồi bà tiên quay sang hai chị em
"He visto dentro de vuestros corazones"
"Ta đã nhìn thấy bên trong trái tim các ngươi"
"Y sé toda la malicia que contienen vuestros corazones"
"và tôi biết tất cả sự độc ác trong trái tim các người"
"Ustedes dos se convertirán en estatuas"
"Hai người sẽ trở thành tượng đá"
"pero mantendréis vuestras mentes"
"nhưng bạn sẽ giữ được tâm trí của mình"
"estarás a las puertas del palacio de tu hermana"
"Ngươi sẽ đứng ở cổng cung điện của chị gái ngươi"
"La felicidad de tu hermana será tu castigo"
"Hạnh phúc của em gái ngươi sẽ là hình phạt cho ngươi"
"No podréis volver a vuestros antiguos estados"
"bạn sẽ không thể trở lại trạng thái trước đây của mình"
"A menos que ambos admitan sus errores"
"trừ khi cả hai đều thừa nhận lỗi lầm của mình"
"Pero preveo que siempre permaneceréis como estatuas"
"nhưng tôi thấy trước rằng các người sẽ mãi mãi chỉ là tượng"
"El orgullo, la ira, la gula y la ociosidad a veces se vencen"
"kiêu hãnh, tức giận, tham ăn và lười biếng đôi khi bị chế ngự"
" pero la conversión de las mentes envidiosas y maliciosas son milagros"
" nhưng sự chuyển hóa của những tâm trí đố kỵ và độc ác là phép lạ"
Inmediatamente el hada dio un golpe con su varita.
ngay lập tức bà tiên vung đũa phép của mình
Y en un momento todos los que estaban en el salón fueron transportados.
và trong chốc lát tất cả những người trong hội trường đều được đưa đi
Habían entrado en los dominios del príncipe.

họ đã đi vào lãnh thổ của hoàng tử
Los súbditos del príncipe lo recibieron con alegría.
thần dân của hoàng tử đã đón tiếp ông với niềm vui
El sacerdote casó a Bella y la bestia
vị linh mục đã kết hôn với người đẹp và quái vật
y vivió con ella muchos años
và anh ấy đã sống với cô ấy nhiều năm
y su felicidad era completa
và hạnh phúc của họ đã trọn vẹn
porque su felicidad estaba fundada en la virtud
bởi vì hạnh phúc của họ được xây dựng trên đức hạnh

El fin
Kết thúc

www.tranzlaty.com

www.ingramcontent.com/pod-product-compliance
Lightning Source LLC
Chambersburg PA
CBHW011553070526
44585CB00023B/2583